ANG MANGGAGAMOT NA PUSA

Ang Manggagamot na Pusa

Kuwento ni *Tuula Pere*
Dibuho ni *Klaudia Bezak*
Isinaayos ni *Peter Stone*
Tagalog na pagsasalin ni *Raymond Azarcon*

ISBN 978-952-357-271-3 (Hardcover)
ISBN978-952-357-272-0 (Softcover)
ISBN 978-952-357-273-7 (ePub)
Unang edisyon

Copyright © 2019 Wickwick Ltd

Inilimbag 2019 ng Wickwick Ltd
Helsinki, Finland

The Healer Cat, Tagalog Translation

Story by *Tuula Pere*
Illustrations by *Klaudia Bezak*
Layout by *Peter Stone*
Tagalog translation by *Raymond Azarcon*

ISBN 978-952-357-271-3 (Hardcover)
ISBN978-952-357-272-0 (Softcover)
ISBN 978-952-357-273-7 (ePub)
First edition

Copyright © 2019 Wickwick Ltd

Published 2019 by Wickwick Ltd
Helsinki, Finland

Originally published in Finland by Wickwick Ltd in 2016
Finnish "Parantajakissa", ISBN 978-952-325-055-0 (Hardcover), ISBN 978-952-325-555-5 (ePub)
English "The Healer Cat", ISBN 978-952-325-187-8 (Hardcover), ISBN 978-952-325-687-3 (ePub)

All rights reserved. No part of this publication may be reproduced, stored in a retrieval system, or transmitted in any form or by any means, mechanical, electronic, photocopying, recording, or otherwise, without the prior written permission of the publisher Wickwick Ltd. The only exception is brief quotations in printed articles and reviews. For details and written permissions, contact rights@wickwick.fi.

Wickwick books are available at special discounts when purchased in quantity for premiums and promotions as well as fundraising or educational use. Special editions can also be created to specification. For details, contact specialsales@wickwick.fi.

TAGALOG EDITION

Ang Manggagamot na Pusa

TUULA PERE · KLAUDIA BEZAK

Si Mingming na pusa ay hindi maaaring magreklamo. Siya'y pumasyal pasyal sa ibabaw ng laryong hurnuhan, ikinalulugod nito ang natitirang init, at minamasdan ang matrona habang ito'y naglalagay ng matatamis na mga tinapay sa mga lalayanan upang ito'y magyelo. Hindi nagtagal ay hahatiran niya si Mingming nang isang buong platito ng makremang gatas at payagan siyang bumaluktot sa kanyang kandungan sa may lamesang pangkapihan.

Si Mingming ay isang pusang panloob ng kabahayan at ikinalulugod ang espesyal na atensyon na iginagawad sa kanya. Ang mga pusang kamalig ay tumitira sa isang hamak na mga kundisyon. Ngunit si Mingming ay hindi isang pangkaraniwang pusa; siya'y isang pusang manggagamot, sikat na sikat sa buong kapitbahayan dahil sa kanyang kapangyarihang makapagpagaling. Maraming mga tao at mga hayop na din ay napagaling ng kanyang kapangyarihan ng mababang bahagyang huni at banayad na mga paa.

Sa gabi, ang maestro at ang matrona ay madalas na humihiga ng magkatabi sa kama, habang binabasa ang peryodiko sa araw-araw. Ang manggagamot na pusa ay may ugaling samahan sila, pinag-iinit ang mga talampakan at bukong-bukong nila o kaya'y bumabaluktot salungat sa sumasakit na likuran ng matrona. Si Mingming ay nagsisikap na alagaan din siya; sa kalaunan, siya ang nagbibigay sa kanya ng mga pinakamahusay na mga handog.

Ang bagyong niyebe ay tumagal ng buong araw at habang ang gabi ay palapit na, ang hamog ng yelo ay lalong nagiging malubha. Isang halo-halong pagtitipon ng mga hayop na mula sa kabayanan ang dumating upang bisitahin si Mingming na pusa. Lahat sila ay nagtipon sa pangunahing kuwarto upang makinig sa manggamot na pusa, na kanilang hinahangaan at sa ngayon ay nakahiga at mahinang humuhuni sa ibabaw ng laryong hurnuhan.

Ngayong oras ay ang pamilya ng ardilya na nakatira sa isang malinis na hardin, isang pares ng mga maya, at ang sariling bantay na aso, si Rex. Ang mga mata ni Mingming ay nanamlay na kalahating pasara at isang malalim na huni ang pumaimbabaw buhat sa kanyang lalamunan. Lahat sila ay nalulugod sa mapayapang gabi sa may kadilimang kuwarto.

Ang matrona ay lubos na hibang na hibang sa mga hayop at hindi tumututol sa mga pagbibisitang ito hangga't ang bawat bumibisita ay kalugin ang kanilang mga balahibo at magpunas ng malinis ang kanilang mga paa. Sa mga pagkakataon, siya'y naghahatid ng mga panggabing meryenda sa mga bisita at naglalagay ng mga tasa na puno ng giniling na mais na obena, mga butil at tubig sa sahig sa may pintuan.

Si Mingming na pusa ay tumitig na mabuti sa pagitan ng kanyang talukap ng mga mata sa mga hayop na nagsisipaghingahan sa lapag ng sahig. Ganap na kilala niya ang bawat isa sa kanila. Siya'y, sa kinalaunan, ay namuhay din sa kaparehong kubo simula pa nang siya's isinilang. Labis din siyang pamilyar sa kanilang mga karamdaman.

Si Rex, ang matandang asong tagabantay, ay nabawasan ang malaking parte ng kanyang kalakasan ng mga nakaraang taon at sa ngayon ay nirereserba ang kanyang mga pagkahol sa mga kakaibang mga bisita. Pati ang kanyang kahol ay paos na rin. Sa mga pagkakataong naturan, ang manggagamot na pusa ay karaniwang inilalagay ang kanyang mga may kainitang mga kamay sa ibabaw ng dibdib ni Rex kung saan ang kanyang tapat na puso ay tumitibok sa kanyang hindi gaanong kabilisang tulin. Sa pagkakaramdam na ito, ang aso ay mapapabuntong-hininga at ikinakawag ang buntot

8

nito. Ngayon si Rex ay humihilik sa may basahan na ang kanyang ulunan ay napapagitna sa mga kamay nito.

Ang mga maya ay nakaupo tabi-tabi sa may bola ng sinulid na nakaligtaan sa may lapag. Na ang kanilang mga balahibo ay nakahimulmol, pingarap nila ang maiinit na mga araw.

Ang mga karamdaman ng mga pamilya ng ardilya ay pamilyar na kay Mingming na pusang manggagamot. Ang mga ardilya ay palaging sumasangguni sa kanya sa maraming mga okasyon.

Nuong nakaraang tag-init ang tatay na ardilya ay nasaktan ang kanyang pangharap na paa. Nabugbog niya ito habang lumulukso sa may batong pader sa tagiliran ng hardin. Ang sakit ay dahan-dahang humupa nang ang manggagamot na pusa ay hinagod ang nabugbog na bahagi ng kanyang malasedang paa ng maraming gabi.

Ang mga batang ardilya ay malulusog, minsan masyadong maliksi. Sa kabutihang palad ay, gayunpaman, tumahimik habang pinakikinggan ang nakapapawing huni ng pusa. Ang nanay na ardilya ay tiyak na kailangan ito upang magkaroon siya ng kahit isang sandali ng pamamahinga mula sa kanyang mga tungkuling pangbata.

Kahit ngayon, ang nanay na ardilya ay nasa isang napakaligayang kalahating pagtulog. Binaluktot niya ang kanyang mahaba at mahimulmol na buntot sa palibot ng kanyang mga anak. Isang nakaantok na kapayapaan ang nanatili sa kuwarto, hanggang sa biglang ito'y nasira ng isang malakas na katok sa pintuan. Nagulantang, ang buong kawan ay nagising at tinignan kung sino iyon.

Ang harapang pintuan ay bumukas at isang niyebeng bunduking liyebre ang biglang pumuslit sa kuwarto. Kasama niya ang isang simoy na malamig na hangin at isang malabong bango ng mga maliit na sanga ng pir. Nagulat, ang mga kahayupan ay nagsigalawan. Bakit kaya nagmamadali ang isang liyebre at gambalain ang kanilang nakalulugod na sandali sa pangangalaga ng manggamot na pusa.

"Mingming na pusa, kailangan mo akong tulungan," wika ng liyebre, nangangapos ang hininga. "Sa totoo lang, ang aking anak ang nangangailangan ng iyong tulong."

"Ano ang nangyari?" tanong ni Mingming, medyo nag-aalala. Siya, din, sana ay nagpapatuloy sa kanyang matahimik na gabi kasama ng ibang mga hayop.

"Ang maliit na kuneho ay nakahimlay na tinamaan ng mataas na lagnat sa aming lungga sa may kagubatan." Paliwanag ng nagugulumihanang ina. "Ang kanyang nguso ay namumula at tila nasusunog ang temperatura. Ang abang bata ay hindi halos makahinga."

"Bakit hindi mo dinala dito ang iyong anak?" tanong ng manggagamot na pusa.

"Sa napakalamig na nagyeyelong panahon?" Hindi ko maubos maisip na dalhin ang munting pasyente sa may kagubatan," depensa ng inang liyebre.

Kumuha ng matagal na panahon bago sumagot si Mingming na pusa. Sa tingin niya ay hindi niya kayang lumusob sa kadiliman at niyebeng delubyo. Mas kumportable na asikasuhin ang iba sa kainitan ng bahay.

Alam nang inang liyebre na si Mingming ay nag-iisip. Ngunit hindi siya madaling sumuko. Wala ni anuman sa mundong ito ang mas mahalaga para sa kanya nang higit pa kaysa sa kagalingang ng kanyang anak. Handa siya na gumawa ng anumang bagay para gumaling ang kanyang anak.

"Maaari kitang dalhin sa may kagubatan sa paragos na aking nakita sa harap ng bahay. "mungkahi ng liyebre. Tantiya niya na ang matabang pusang panloob ay hindi niya balak magtampisaw sa niyebe na gamit ang kanyang paa. Bukod dito, napakalayo pa nito.

"Ngunit ang mga kawawang batang liyebre ay hindi maaaring iwanan nang walang nag-aaruga,"ang iba pang mga hayop ay nagsipagtugunan, nagsimulang sumang-ayon sa pagsusumamo ng tulong ng inang liyebre.

Sa wakas, ang inang liyebre ay bumigay din. Dahan-dahan siyang tumindig, iniunat ang mga binti at tumalon pababa buhat sa ibabaw ng laryong hurnuhan.

"Tayo'y magsimula nang umalis, Ngunit dapat mong lagyan ng kumot na lana ang paragos para sa akin."

"Walang problema," pangako ng liyebre at sumulyap sa paligid ng kuwarto. Kinuha niya ang kumot sa may tumba-tumba at tumungo sa may pintuan. "Tayo na. Walang oras na dapat maaksaya."

Ang nagyeyelong paragos ay naghihintay sa kanila sa tapat ng balkonahe. Tinanggal ng liyebre ang yelo sa ibabaw nito. Nag-aatubiling inakyat ni Mingming ito at binalot ang lanang kumot sa paligid niya. Tanging ang ilong ng pusa at ang kanyang nangangatog na bigote ang nakalusot sa bigkis.

Ang liyebre ay sinimulan ang mahirap na paglalakbay patungo sa kagubatan kung saan naroroon ang mga tinamaan ng lagnat na mga kuneho na bata na naghihintay ng saklolo. Ang manggagamot na pusa ay isang kargadang napakabigat hilahin. Ang tila mainit-init na hininga ng liyebre ay nagsisilbing singaw na tumutunaw sa hanging malamig.

May mga pagkakataon na ang liyebre ay nawawalan ng pag-asa at nalulula sa mga gawaing darating. Ang mga inaanod na mga niyebe ay pinababagal sila. Dapat siyang huminto upang habulin ang kanyang hininga. Sa bawat oras na nakakadama siya na nasa gilid na ng pagkahapo ay naroong nakikita niya ang imahe ng kanyang anak na lumilitaw sa harap ng kanyang mga mata. Para bagang ang umiikot na niyebe ay nagdadala ng pamilyar na tinig, tumatawag para sa ina.

Ang kagubatan ay nagsimula ng dumilim. Nagtataasang mga puno ay nagsisiunatan ng halos tabi tabi. Ang liyebre ay naging nabahala, nakakaramdam ng panganib.

Ang liyebre at ang manggagamot na pusa, ginawa ang paglalakbay sakay ng paragos, dumating sa ilalim ng isang matarik na talampas na nababalutan ng mga matutulis na mga yelo. Mula sa loob ng madilim na sulok nito, mula sa likod ng isang malawak na mga puno na nababalutan ng mga lumot, ng may tumalon na isang lobo sa kanilang harapan. Nagtataka, ito'y tumingin sa mga biyahero ng mga mata nitong matatalim. Tila, ito'y nag-iisip kung ano ang gagawin sa mga kakaibang mga taong naggagala. Sa walang lamang sikmura ng lobo, mayron pa namang palaging laman para sa kaunting mga piraso ng pagkain. Ang liyebre ay mukhang payat, pero anu kaya ang nasa loob ng kumot na nasa paragos.

Ang lobo ay dahan dahang silang nilapitan, inaamoy ang ere.

"Mingming, tayo na!" pakiusap ng nagsusumamong liyebre sa kanyang kasamang manlalakbay. "Kailangang tumayo ka at tumulong, o ang ating mga araw ay bilang na."

"Anu sa ngalan ng mundo ang nangyayari dito?" singhal ng pusa habang inihagis ang blanket nito palayo sa kanya.

Ang buwan ay mahinang tinatanglawan ang tanawin sa gabi sa bagyo ng niyebe. Natanto ni Mingming na ito'y isang bagay sa pagitan ng buhay at kamatayan para sa kanya at sa liyebre. Kahit na ang pusa ay tumaba ng gaano, may kamalayan din ito ng taglay niyang kapangyarihan. Alam niya ang kapangyarihang ito ay wala sa kanyang mga kalamnan o buto ngunit sa isang mas malalim na pinagmumulan. Matapang niyang tinunton ang direksyon patungo sa lobo.

Ang pusa at ang lobo ay nakatayo ng halos nguso sa nguso at sinimulang titigan ang mga mata ng bawat isa, walang kilos. Inobserbahan ng liyebre ang enkwentro buhat sa isang distansya. Naramdaman niyang tukso na tumakas sa lugar o di kaya's takpan ang kanyang mga mata, ngunit hindi niya magawa ang alinman. Kinubabawan ng nerbiyos, tinimbang niya ang lamang ng kanilang kaligtasan.

Ngunit si Mingming ay hindi natatakot. Kahit na ang lobo ay nagsimulang umungol sa taglay nitong malalim na tinig at ipinapakita ang nakatatakot nitong mga pangil, si Mingming ay tumitig lamang diretso sa mga dilaw na mata ng lobo. Ito'y mga pares na hindi pangkaraniwang mga mata. Sa kadiliman ng kagubatan ito'y lalong lumalawak hanggang ito ay tila maging parang dalawang ginintuang mga parol. Ito'y tila pinagmumulan ng isang liwanag at init na halos patigilin ang hangin at painitin ang ere.

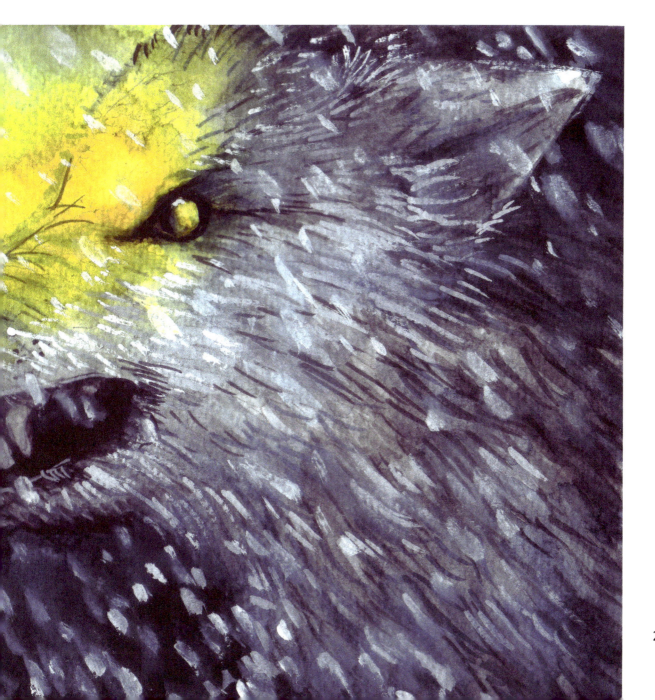

Ang liyebre ay namangha. Ang kapangyarihan ng manggagamot na pusa ay mas malakas pa kaysa kanyang naiisip. Kahit na ang lobo ay tila nawalan ng lakas sa harap ng makapangyarihang pusa. Ang lobo ay tumigil sa pag-ungol nito ang makahalimaw nitong mukha ay naging malambot. Sa isang maikling sandali ito'y tumayo ng walang pagkilos at pagkatapos ay gumawa ng tahimik na pagyuko. Nagbigay din si Mingming ng kaparehong tugon.

Ang kulay abong lobo ay tumalikod at marahang bumalik sa kadiliman ng kagubatan. Ang manggagamot na pusa ay binalikan ang liyebre. Ang mga mata nito ay malalaki pa rin at nagniningning, ang kanyang tinig ay mas mahina kaysa karaniwan.

"Minamahal na liyebre, ang panganib ay nagwakas na. Iwanan na natin ang paragos dito para mapadali ang ating paglalakbay," pasya ng pusa. "Ipakita mo ang pinakamaikling daan patungo sa iyong lungga, at susundan kita."

Sa wakas, ang pagod na kapares ay nakarating na sa lungga ng liyebre. Ang inang liyebre ay marahang lumipat sa ibabaw ng mga sanga na kumakanlong sa kanyang tahanan at pinangunahan ang manggagamot na pusa patungo dito.

"Nanay, nanay, ikaw na ba iyan?" isang munting tinig ang sumalubong sa mga bagong dating. "Nakadama ako ng takot paminsan-minsan, ngunit alam ko na babalik ka."

Ang nanay na liyebre ay niyakap ng banayad at matagal ang kanyang sanggol.

"Aba, siyempre, ginawa ko, aking maliit na lalaking kuneho," tugon ng ina. "Dinala ko ang makakapagpagaling sa iyo. Dinala ko ang manggagamot na pusa."

Ang liyebre ay tumabi at hinayaang pinalapit si Mingming sa kama ng kanyang anak na may sakit. Ang pusa ay yumukod sa maliit na kuneho at ibinaba ang kanyang mga paa ng dahan, dahan sa kanyang noo.

"Sa oras na ang umagang araw ay magdala sa kagubatan ng kanyang liwanag, ikaw'y makakaranas na ng kaginhawahan," tiniyak sa kanya ng manggagamot na pusa.

Sa sobrang pagod, ang inang liyebre ay nakatulog na sa nalulukuban ng dayami na sahig ng lungga. Paminsan-minsan, ibinubukas niya ang kanyang mga mata nang bahagya upang makita ang mangagamot na pusa na patuloy na nakaupo sa tabi ng kanyang pasyente at humuhuni sa mababang tinig. Ito'y kauna-unahang pagkakataon sa tinagal ng panahon na ang ina na liyebre ay nakadama ng sapat na kaligtasan para matulog ng mapayapa sa buong kinagabihan.

Bago ang lahat, pati na ang mabagsik na hangin ay kumalma na at ang pinakamabigat na bagyong niyebe ay humupa na rin. Kaya, ang kinaumagahan sa kagubatan ay naging maliwanag at maaraw. Katabi ng lungga, sa punongkahoy ng isang puno ng rowan, mayroong kawan ng mga asul na mga tits na humuhuni ng kaluguran. Ang mga ibon ay nalulugod sa isang bagong araw, na magiging mas mainit kaysa nakaraan. Nagulat, ang mga tits ay kumampay palayo sa isang kulay abong pusa na lumitaw buhat sa lungga, na sinusundan ng isang nanay na liyebre.

"Papaano kaya kita mapasasalamatan?," pabuntong-hininga ng liyebre. "Wala akong mahalagang bagay na maibibigay sa iyo bilang kapalit nito."

"Huwag kang mag-alala," sinabi ng mangagamot na pusa. "Ito'y isang kaluguran upang makatulong sa iyong napakahalagang anak. Iyan ay isang bagay na hindi mo dapat bayaran."

"Maaari kitang ihatid sa iyong tahanan pagkatapos kong pakainin at ibalot ang aking anak sa kumot," mungkahi ng liyebre.

"Iyan ay hindi na kinakailangan. Kaya ko namang makabalik sa aking kaparaanan," tugon ng pusa, pagtanggi sa iniaalok. "Mas kinakailangan ka dito. Basta alagaan mong mabuti ang iyong sanggol. "

Si Mingming at ang liyebre ay inilapat ang kanilang mga kamay at nagbadya ng pamamaalam. Habang malungkot na nagmumuni-muni, ang manggagamot na pusa ay naglakbay na sa kagubatan.

Ang araw ay inihagis ang kanyang kaliwanagan sa kagubatan, na hindi na mukhang nakatatakot ngayon. Sinundan ni Mingming ang kanilang mga tinahak kagabi, o ano man ang natitira pagkatapos na ang bagyong niyebe ay humupa na. Dito ay nilakbay nila kasama ang liyebre, isa pagkaraan ng isa, at naroon ang paragos, nababalutan ng niyebe.

Pinag-aralan ng pusa ang mga tinahak nila at ginunita ang kanilang mga pakikipagsapalaran. Sa likod ng makapal na kalumutan, nababatid din niya ang mga bakas ng paa ng lobo na umikot buhat sa puno at pagkatapos ay bumalik muli sa kalaliman ng kagubatan. Ngunit ang lobo ay tila wala sa kalapitan. Ang nag-iisang paglalakbay ay nagpatuloy sa ibang kagubatan at ibang mga kaparanagang mabato.

Ngunit si Mingming ay hindi nakaramdam ng pag-iisa. Ang manggagamot na pusa ay nilingon ang patungo sa kaarawan at itinaas ng bahagya ang kanyang nguso patungong liwanag. Ang kanyang mga balbas ay bahagyang nanginig ng marahan, at nakaramdam siya ng kaluwagan at kapayapaan. Halos makaligtaan na niya kung gaano ito kagandang pakiramdam ang makatulong sa isang nilalang.

Sa may lungga ng liyebre, si Mingming, man, ay nakaranas ng napakalaking pagmamahal. Ang ina at ang kanyang anak ay pawang nalulugod sa isa't isa na ang init ng pakiramdam ay nadama sa puso ng pusa.

Napansin ni Mingming ang kumot na lana na tinangay ng hangin ng sobrang layo. Ito'y naipit sa pagitan ng mga matutulis na mga niyebe na nakalundo buhat sa naaarawang bahagi ng talampas. Ang pusa ay inakyat upang makuha muli ang kumot. Ang ginang niya ay hahanapin muli ito sa tahanan.

Ang pinasiglang manggagamot na pusa ay handa nang tumungo sa kanyang tahanan. Sa isang saglit, muli siyang sumulyap sa nagyeyelong talampas, na nagniningning sa liwanag ng umaga. Ang tagsibol ay napatagal pa naman, ngunit ang araw ay mas malakas pa kaysa sa niyebe. Sa dulo ng bawat patak ng matutulis na yelo, ay naroroon ang isang patak ng tubig, tulad ng isang luha ng kagalakan. Nakuntento, inilapat ni Mingming ang paragos patungong kabahayan.

www.ingramcontent.com/pod-product-compliance
Lightning Source LLC
LaVergne TN
LVHW071735250825
819509LV00031B/2802